Long, long ago under Five-Finger Mountain in China,
Monkey King was trapped by Great Buddha as a
punishment for all the mischief he had caused in
Heaven. In order to be set free, a great man would
have to genuinely forgive him, even if it would take
five hundred years!

Thuở xưa dưới chân Ngũ Chỉ Sơn ở Trung Quốc, Phật Tổ
trừng phạt Hầu Vương vì những trò tinh nghịch nó đã phá
phách ở Thiên Đình. Muốn được tự do, nó phải được một
vĩ nhân thật tâm tha thứ, cho dù phải mất đến năm trăm
năm!

In memory of my father, whose collection of Chinese classics opened a whole "old" world for me. — D. C.

In memory of my grandmother, who took me to see my first Monkey King movie, many years ago. — W. M.

English text copyright (c) 2005, Debby Chen
Illustrations copyright (c) 2005, Wenhai Ma
Vietnamese translation by Kim-Thu Do,
copyright (c) 2005, Pan Asian Publications

Published in the United States of America by
Pan Asian Publications (USA) Inc.
29564 Union City Boulevard, Union City, CA 94587
Tel. (510) 475-1185 Fax (510) 475-1489

Published in Canada by
Pan Asian Publications Inc.
110 Silver Star Boulevard, Unit 109
Scarborough, Ontario M1V 5A2

ISBN 1-57227-087-X
Library of Congress Control Number: 2005924231

Printed in Taiwan

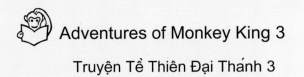

Adventures of Monkey King 3

Truyện Tề Thiên Đại Thánh 3

TANG MONK
DISCIPLES
MONKEY KING

Đường Tăng Thâu Môn Đồ Hầu Vương

Retold by Debby Chen ▪ Illustrated by Wenhai Ma
Vietnamese translation by Kim-Thu Do
English / Vietnamese

Pan Asian Publications

As five centuries came and went, rocks and dirt piled up around Monkey King, until finally, a beautiful fairy with her attendant floated by one morning on magic clouds. The fairy was *Guanyin*, the Goddess of Mercy. "Goddess of Mercy, please help me get out from under this horrid mountain!" begged Monkey King. "I have learned my lesson and I promise to be good." "Can you change your ways and prove yourself to be a good Buddhist?" asked *Guanyin* calmly. "Oh, yes, I will do anything you ask," pleaded Monkey King.

In her tender kindness, *Guanyin* smiled and announced, "Perhaps you can accompany Tang Monk as he travels to the West to secure the Sacred Scriptures. Let me pay him a visit for you."

Năm thế kỷ trôi qua, đất đá phủ lấp người Hầu Vương, cuối
cùng buổi sáng ngày kia có tiên nữ xinh đẹp cùng tỳ nữ
đằng vân ngang qua. Tiên nữ là Quan Thế Âm Bồ Tát. "Ôi
Bồ Tát Từ Bi, xin hãy giúp con thoát khỏi ngọn núi khủng
khiếp này!" Hầu Vương van xin. "Con đã biết tội và xin
hứa sẽ ngoan ngoãn." "Ngươi có thể thay đổi phong cách
để trở thành Phật tử hiền lương không?" Quan Âm bình
tâm hỏi. "Thưa vâng, con sẽ làm bất cứ điều gì người đòi
hỏi," Hầu Vương nài nỉ.

Quan Âm nhân từ mỉm cười nói, "Có lẽ ngươi có thể
tháp tùng Đường Tăng sang Tây Trúc thỉnh Kinh. Ta sẽ vì
ngươi đến gặp ông."

Tang Monk had been summoned to the palace for his special assignment to the West. The Tang emperor had prepared a golden staff as a farewell gift and given his good wishes for the monk's trip. *Guanyin* arrived just in time to greet Tang Monk. *Guanyin* then commended Tang Monk, "Great Buddha is delighted with your courage and devotion. The journey to the West can be dangerous and risky, but there is someone who can go with you to keep you safe. You have to take care of one thing, however, before he can join you." Tang Monk respectfully replied, "It pleases me to do what you wish." *Guanyin* went on to describe Monkey King's predicament. Tang Monk listened intently and responded with a gentle bow.

Đường Tăng được lệnh đến hoàng cung về nhiệm vụ đặc biệt sang Tây Trúc. Đường Vương đã chuẩn bị cây thiền trượng bằng vàng làm quà tiễn đưa và ban lời chúc phúc chuyến đi. Quan Âm xuất hiện đúng lúc để gặp Đường Tăng. Quan Âm liền khen ngợi Đường Tăng, "Phật Tổ rất hài lòng khi thấy ông tỏ ra can đảm và thành tâm. Chuyến viễn du sang Tây Trúc chắc gặp nhiều nguy nan và rủi ro, nhưng có người có thể đi cùng bảo vệ. Tuy nhiên, ông phải làm một việc trước khi hắn có thể theo ông." Đường Tăng lễ phép đáp, "Xin tuân theo ý người." Quan Âm bèn thuật lại hoàn cảnh khó khăn của Hầu Vương. Đường Tăng chăm chú lắng nghe rồi nghiêng mình lĩnh mệnh.

Monkey King, covered in filth and moss, was already waving vigorously at Tang Monk when he came near the famous Five-Finger Mountain. "Have I been waiting for you!" Monkey King shouted anxiously. "I was told that you would be a great travel companion," said Tang Monk patiently, "and that you are ready to repent and do good deeds. If this is true, you will be forgiven and set free from this wild and lonely place."

Longing for freedom once again, Monkey King made sincere apologies over and over until Tang Monk raised his hand to stop him. With his other hand he lifted high the golden staff and climbed to the top of the mountain. There he removed the banner that had bound Monkey King for five centuries. The curse was no more. Monkey King was finally free, and immediately he submitted himself to his new master.

Hầu Vương, mình mẩy đầy bụi bặm và rong rêu, khoa tay rối rít khi Đường Tăng tới gần ngọn Ngũ Chỉ Sơn lừng danh. "Tôi chờ thầy lâu quá xá!" Hầu Vương nôn nóng la to. "Ta nghe nói ngươi sẽ là người đồng hành rất tốt," Đường Tăng khoan hòa nói, "và ngươi sẵn lòng hối lỗi cũng như sẽ làm việc thiện. Nếu quả thế, ngươi sẽ được tha thứ và thả khỏi chốn hoang vu và hiu quạnh này."

Khao khát được tự do trở lại, Hầu Vương (hay Tôn Ngộ Không) thành tâm xin lỗi liên hồi đến khi Đường Tăng giơ tay bảo thôi. Tay kia ông nâng cao thiền trượng bằng vàng rồi leo lên đỉnh núi. Đến nơi ông gỡ bỏ lá bùa đã giam hãm Tôn Ngộ Không suốt năm thế kỷ. Lời nguyền không còn công hiệu nữa. Cuối cùng Tôn Ngộ Không được tự do và lập tức nạp mình theo tân sư phụ.

The two of them had not gone a hundred yards before a ferocious tiger showed up on the road. Tang Monk was startled and began to panic but Monkey King grinned in excitement. "Don't worry! This little cat will add to my wardrobe!" Monkey King exclaimed as he pulled a silver stick the size of a toothpick from behind his ear. It was *Ruyi*, his magic wand. In seconds it grew to a huge rod and with a single blow, the tiger was dead.

Thrilled with his new furry suit, Monkey King repeated the same treatment with bandits that ambushed the missionaries further down the road. That made Tang Monk begin to worry about Monkey King's extreme reaction to problems, and he started to wonder how they would reach the West without Monkey King getting into trouble.

Cả hai đi chưa được trăm thước đã thấy con cọp hung dữ xuất hiện. Đường Tăng giật mình hoảng hốt, trái lại Tôn Ngộ Không cười khoái chí. "Đừng lo! Con tiểu miêu sẽ góp phần vào y phục của tôi!" Tôn Ngộ Không thốt lời rồi rút que bằng bạc cỡ cây tăm từ sau lỗ tai. Đó là Như Ý Bổng, gậy thần của hắn. Trong vòng vài giây cái que trở thành cây gậy to tướng, và chỉ cần đập xuống một cái con cọp lăn quay ra chết.

Hả hê với bộ da mới, Tôn Ngộ Không sử dụng lối đối xử này với tất cả đạo tặc đã dám tấn công đoàn hành hương trên đường đi. Điều này khiến Đường Tăng lo âu về phản ứng cực đoan khi gặp vấn đề của Tôn Ngộ Không, ông bắt đầu tự hỏi làm sao họ có thể đi tới Tây Trúc mà Hầu Vương không phạm phải lỗi lầm.

Monkey King grew impatient as Tang Monk
suggested a more peaceful way to deal with the
troubles in their expedition, and without a word he
darted up and flew far away.

Tang Monk realized that he had to give the
monkey some time to change from his old, impulsive
behavior. So, he quietly said a prayer for his friend
and continued on his journey.

Just then, an old woman appeared before him
and said, "Great Buddha asked that I give these to
your companion. One is a more suitable outfit for
Monkey King, and the other is a spellbinding
headpiece that you can simmer him down with."

Tang Monk was very grateful for Great Buddha's
wisdom and timely help.

Khi Đường Tăng đề nghị giải pháp ôn hòa hơn để giải quyết rắc rối trên đường viễn du, Tôn Ngộ Không tỏ ra sốt ruột, rồi không một lời từ giã, như mũi tên hắn phóng lên bay đi.

Đường Tăng biết ông sẽ phải cho con khỉ một thời gian để hắn thay đổi bản tính nóng nảy cố hữu. Nghĩ vậy ông lặng lẽ cầu nguyện cho vị bằng hữu này và tiếp tục lên đường.

Đúng lúc đó, một bà già xuất hiện trước mặt ông và nói, "Phật Tổ bảo ta trao mấy thứ này cho bạn đồng hành của ông. Một là bộ y phục thích hợp với Tôn Ngộ Không hơn, hai là mũ đội đầu có bùa để ông kiềm chế hắn."

Đường Tăng vô cùng cảm kích trí tuệ và sự giúp đỡ kịp thời của Phật Tổ.

At the Dragon King's palace the old woman reappeared as *Guanyin* in front of Monkey King and his friend, the Dragon King. She looked at them and asked, "Monkey King, should I petition Great Buddha to send you back to your old home under Five-Finger Mountain? You have so quickly forgotten your promise to behave and serve." The fun and play with his friend was beginning to wear off when Monkey King heard this. He bolted up without saying goodbye and went straight to look for the monk.

The two missionaries were happy to see each other again. After a few words, Monkey King put on the new clothes and headgear. To test and see if the spell would work, Tang Monk uttered a simple chant, and poor Monkey King instantly dropped to the floor screaming and kicking.

Now we are truly on our way, Tang Monk thought.

Tại cung điện của Long Vương, bà già tái xuất hiện thành Quan Âm trước mặt Tôn Ngộ Không và Long Vương, bạn hắn. Bà nhìn cả hai rồi hỏi, "Hầu Vương, ta có nên xin với Phật Tổ cho người trở về chốn cũ dưới chân Ngũ Chỉ Sơn không nhỉ? Người thật chóng quên lời hứa sẽ ngoan ngoãn vâng lời và phục vụ tử tế." Nghe thế Tôn Ngộ Không quên ngay niềm vui chơi đùa với bạn. Không kịp từ biệt, hắn nhảy dựng lên và phóng một mạch đi tìm nhà sư.

Hai nhà hành hương vui mừng gặp lại nhau. Lẩm bẩm vài câu, Tôn Ngộ Không thắng bộ y phục mới và đội mũ lên đầu. Muốn thử xem lá bùa có linh nghiệm không, Đường Tăng đọc một câu thần chú, lập tức Tôn Ngộ Không té nhào xuống đất, vừa kêu thét vừa đá lung tung.

Nay chúng ta mới thật sự khởi hành, Đường Tăng thầm nghĩ.

Walking on a narrow path by the river, Tang Monk got off of his horse to rest. While Monkey King was looking the other way, a river dragon snatched and pulled the horse into the water.

The dragon was no match for Monkey King and was immediately captured. "I have not eaten for weeks," the dragon appealed to the kindness of the monk. "Please feed me and I will devote my life to you." "Very well, you can serve us if you are willing to replace the horse you took by changing yourself into one." Tang Monk agreed to let the dragon join them.

After a full meal, Tang Monk's new horse could run faster than any beast on earth.

Lững thững đi dọc con lộ nhỏ hẹp bên bờ sông, Đường Tăng xuống ngựa tạm nghỉ. Lúc Tôn Ngộ Không ngoảnh sang hướng khác, con rồng từ dưới sông chồm lên kéo con ngựa xuống nước.

Con giao long không phải là địch thủ của Tôn Ngộ Không và lập tức bị tóm lại. "Mấy tuần nay tôi chẳng ăn gì," giao long kêu gọi lòng nhân từ của nhà sư. "Xin cho tôi ăn, xong tôi nguyện dâng mạng mình cho thầy." "Được lắm, ngươi có thể phục vụ cho chúng ta nếu ngươi sẵn lòng thay thế con ngựa mà ngươi đã bắt bằng cách biến mình thành con ngựa khác." Đường Tăng đồng ý cho giao long nhập bọn.

Sau một bữa ăn no nê, con ngựa mới của Đường Tăng có thể chạy nhanh hơn bất cứ loài thú nào trên trần gian.

That evening, the three of them took up a room in a little village inn. The innkeeper looked very sad. After some prompting, he confided in the visitors about the terrible man his daughter had married. "My son-in-law was fine in the beginning, but now he acts like a pig. He eats and sleeps like a pig, and even looks like a pig! The worst thing is that I haven't seen my daughter for a long time and I am afraid that she is in some kind of danger." Monkey King snapped, "I can smell a pig monster any place. We have to find your daughter and rescue her without delay!" With Tang Monk's approval, the innkeeper showed them the way to the forest where the pig was hiding.

Tối hôm đó, ba người thuê phòng tại quán trọ nhỏ trong làng. Chủ quán trông có vẻ rầu rĩ. Sau khi nghe gạn hỏi, ông ta thố lộ với khách trọ về con người tệ bạc mà con gái ông đã lấy. "Lúc đầu con rể tôi cũng khá lắm, nhưng bây giờ nó y như con heo. Nó ăn nó ngủ như heo, nhìn nó cũng giống con heo nữa! Điều khổ tâm hơn hết là tôi không gặp con gái tôi đã lâu, tôi e rằng cháu đã gặp chuyện chẳng lành." Tôn Ngộ Không ngắt lời, "Tôi có thể đánh hơi thấy con heo yêu quái ở bất cứ nơi nào. Không thể chần chờ nữa, chúng ta phải tìm cho ra con gái ông và cứu cô ấy ngay lập tức!" Được sự đồng ý của Đường Tăng, chủ quán dẫn họ vào khu rừng nơi con heo đang trú ẩn.

In no time, with the help of *Ruyi*, Monkey King broke into the shed where the innkeeper's daughter was locked up. She was frightened but not harmed. Father and daughter held each other tightly and wept for a long time.

To catch the pig monster, Monkey King changed his body to resemble the innkeeper's daughter and started to wail loudly in her voice. Shortly thereafter, a twister blew through the shed shattering the frail structure. The monster is here.

It's time for showdown, Monkey King thought to himself.

Chẳng bao lâu, nhờ có Như Ý Bổng, Tôn Ngộ Không phá cửa túp lều nơi con gái chủ quán bị giam cầm. Cô gái hoảng sợ nhưng không hề hấn gì. Hai cha con ôm chầm lấy nhau, khóc sướt mướt hồi lâu.

Để bắt cho được con heo yêu quái, Tôn Ngộ Không hóa thân thành con gái ông chủ quán rồi bắt chước giọng cô ta, hắn gào to khóc than. Chỉ trong khoảnh khắc, cơn cuồng phong cuốn thốc giật sập túp lều mong manh. Con yêu quái xuất hiện.

Tới giờ biểu diễn rồi đây, Tôn Ngộ Không tự nhủ.

Monkey King watched as the stinky whirlwind turned into a human-size potbelly pig.

In the voice of the innkeeper's daughter, Monkey King broke the silence, "I miss my parents so much. Day and night I cannot sleep. I pray hard to Great Buddha to bring back my kind husband. Today he sent *Guanyin* to tell me that help was on the way."

Hearing this, the pig knew he was in trouble and there was no time to linger. He picked up a dusty rake as his guard and jumped out of the window. Monkey King followed right after him.

Tôn Ngộ Không quan sát khi luồng gió hôi hám chuyển biến thành con heo bụng phệ to như người.

Dùng giọng cô gái con chủ quán, Tôn Ngộ Không cất tiếng phá tan bầu không khí im lặng, "Tôi nhớ cha mẹ quá. Cả ngày lẫn đêm tôi đều không ngủ được. Tôi khẩn cầu Phật Tổ mang trả người chồng tử tế của tôi. Hôm nay ngài vừa phái Quan Âm đến báo cho tôi biết là sắp có cứu tinh rồi."

Nghe thế, con heo biết ngay mình gặp rắc rối và nó không còn thì giờ nấn ná nữa. Nó lượm ngay chiếc cào đầy bụi lên làm mộc và phi thân qua cửa sổ. Tôn Ngộ Không lập tức phóng theo.

Not knowing Monkey King was tailing behind him, the pig retreated to a cave dwelling where he spent most of his time. "So, this is where you have been hiding out!" Monkey King commented.

Shaken up by the unexpected visitor, the pig defended himself and said, "Why have you come to chastise me? Isn't it enough that Great Buddha banished me to become a pig for the rest of my life?"

Monkey King suddenly understood the pain in the pig's eyes. He remembered the decades and centuries of wasted time when he had been held in bondage until Tang Monk set him free. He relaxed and sighed, "Come, I will take you to my master. He can give you a new beginning."

As a sign of his determination to start anew, the pig torched his old cave, forsook all his favorite food stocks, and took on a new identity as Brother Boar.

Không biết Tôn Ngộ Không đang theo sát nút, con heo rút vào hang động nơi nó thường trú thân. "A, thì ra đây là chỗ nhà ngươi ẩn náu!" Tôn Ngộ Không lên tiếng.

Giật mình vì khách lạ đột nhiên xuất hiện, con heo nói chống chế, "Tại sao ngươi lại tới đây trừng phạt ta? Phật Tổ đã đầy đọa ta trở thành con heo suốt kiếp còn chưa đủ hay sao?"

Tôn Ngộ Không chợt thấu hiểu nỗi đau khổ hiển hiện trong mắt con heo. Hắn sực nhớ hàng chục hàng trăm năm lãng phí khi chính mình bị giam cầm tới lúc được Đường Tăng giải cứu. Hắn thở dài nhẹ nhõm, "Đi, ta dẫn ngươi tới gặp sư phụ. Người sẽ đổi đời cho ngươi."

Để chứng minh sự quyết tâm làm lại từ đầu, con heo nổi lửa thiêu rụi hang động cũ, từ bỏ thức ăn khoái khẩu bấy lâu, và từ đó mang danh xưng Trư Bát Giới.

The three of them and the fastest horse on earth soon made their way to the River of Flowing Sand where the earth continually oozed out of the water.

Suddenly, a longhaired creature surfaced above the waves and charged at Tang Monk. After a heavy stroke from Monkey King's *Ruyi* and a strong swing from Brother Boar's rake, the creature swiftly immersed himself under the drifting sand.

Sensing that the fight before him would not solve the problem of crossing the river, Tang Monk advised, "Friends, this creature is the only one who knows the river well enough to help us across. Let's find a way to talk to him."

Không lâu sau đó cả ba cùng tuấn mã phi nhanh nhất trần gian đi tới Luân Sa Hà, nơi đất cứ liên miên tuôn ra từ dòng nước.

Đột nhiên, con vật lông dài trồi lên mặt sóng và chồm tới Đường Tăng. Sau khi Tôn Ngộ Không phất một Như Ý Bổng trầm trọng và Trư Bát Giới quét một cào mãnh liệt, con vật liền chuồn mình xuống dưới dòng cát chảy trôi.

Nhận thấy trận chiến trước mắt không thể giải quyết việc sang sông, Đường Tăng khuyên nhủ, "Các vị huynh đệ, chỉ có con vật này hiểu dòng sông và biết cách giúp ta qua bờ. Hãy tìm cách bàn thảo với nó."

Hearing this, Monkey King quickly withdrew his *Ruyi* and stood by Tang Monk, but not Brother Boar! He dove straight into the sandy river, shouting and cursing. His hasty action surprised even Monkey King, who after the many ups and downs of the journey, was prepared to try a different way to solve the problem other than fighting.

Before anyone could say or do anything, Brother Boar emerged with a massive strand of dark hair entangled in his rake.

"Please let go, I am not interested in fighting you!" the creature grumbled.

"Too late! You should have thought about it before you attacked my master," Brother Boar refused to let go.

Nghe vậy, Tôn Ngộ Không nhanh nhẹn thâu hồi Như Ý Bổng và đến đứng bên Đường Tăng, nhưng Trư Bát Giới thì không! Gã chúi mình đâm xuống dòng sông đầy cát, vừa quát tháo vừa chửi rủa. Hành động hấp tấp của gã khiến chính Tôn Ngộ Không cũng phải ngạc nhiên. Sau nhiều gian nan suốt chuyến viễn du, Tôn Ngộ Không sẵn sàng thử cách khác ngoài việc đánh nhau để giải quyết vấn đề.

Mọi người chưa kịp nói hay làm gì thì Trư Bát Giới chui ngược trở lên với nắm lông đen thật lớn xoắn trên cào.

"Xin tha cho, tôi không muốn đánh nhau nữa!" sinh vật lầm bầm nói.

"Muộn rồi! Nhà ngươi phải biết suy nghĩ trước khi cả gan tấn công sư phụ của ta," Trư Bát Giới nhất định không thả.

Seeing that Brother Boar would not back down, the weary Tang Monk decided to call upon *Guanyin* to intervene.

"You have done the right thing by coming to me. The sand river creature is an immortal just like Monkey King and Brother Boar. He must have been miserable being punished by Great Buddha and living in that dreadful place all those years. Why don't you ask him to join you and be freed from the curse?" *Guanyin* suggested and gave him a bottle of nectar to subdue the creature.

Tang Monk thanked *Guanyin* and went back to the turbulent river.

Thấy Trư Bát Giới không nhượng bộ, Đường Tăng chán nản quyết định nhờ Quan Âm can thiệp.

"Ông đã xử sự đúng đắn khi tìm ta. Con thú tại dòng sông đầy cát cũng là vật bất tử như Hầu Vương và Trư Bát Giới. Chắc hẳn nó cũng khổ sở khi bị Phật Tổ trừng trị và phải sống ở nơi hãi hùng như thế suốt bao nhiêu năm. Sao ông không bảo nó gia nhập với mình để thoát khỏi đầy đọa?" Quan Âm đề nghị rồi cho ông bình cam lồ để thu phục con quái thú.

Cảm tạ Quan Âm xong Đường Tăng trở lại dòng sông đục ngầu cuồn cuộn chảy đó.

Gently, Tang Monk drizzled a few drops of nectar into the river. There, right before his eyes, the creature rose above the water in a vessel.

Tang Monk turned to Monkey King and Brother Boar, "Here is the newest member of our team. I shall name him Friar Sand. Feel free to include him in everything you do." To all his able assistants given by Great Buddha, Tang Monk proclaimed, "We will treat each other like family and risk our lives for each other. May our journey be safe and fruitful."

With that, the vessel carrying Tang Monk, Monkey King, Brother Boar, Friar Sand, and the fastest horse on earth headed westward to find the Sacred Scriptures.

Đường Tăng rẩy nhẹ vài giọt cam lồ xuống dòng sông. Bất thình lình ông thấy quái thú vươn lên khỏi làn nước ngồi thu lu trong thuyền.

Đường Tăng quay sang Tôn Ngộ Không và Trư Bát Giới nói, "Đây là thành viên mới gia nhập đoàn chúng ta. Ta sẽ gọi nó là Sa Tăng. Hãy cho nó tham gia mọi hoạt động với các ngươi." Đường Tăng tuyên bố với các phụ tá đắc lực do Phật Tổ ban cho ông, "Chúng ta sẽ xem nhau như người trong gia đình và sẵn sàng hy sinh mạng sống cho nhau. Cầu mong chuyến viễn du của chúng ta bình an và thành công."

Lời vừa dứt, con thuyền chở Đường Tăng, Tôn Ngộ Không, Trư Bát Giới, Sa Tăng và tuấn mã phi thường nhất trần gian trực chỉ hướng Tây Trúc để thỉnh Kinh.

My friend, this is how Tang Monk met his escorts on his journey to the West. According to the legend, there are many more adventures to be told. But be patient, for the next one is just around the corner!

Thưa các bạn, đó là chuyện Đường Tăng gặp gỡ bạn đồng hành trên chuyến viễn du sang Tây Trúc. Theo truyền thuyết, còn rất nhiều chuyện mạo hiểm nữa để thuật lại. Xin các bạn hãy kiên nhẫn, chuyến phiêu lưu kế tiếp rất gần đây thôi!